மகரியின் கிறுக்கல்கள்

பாகம் - 1

ஆலோன் மகரி

இந்த பூமியில் நானும் வாழ்ந்த
அடையாளத்தைப் பதிக்க தெரிந்தும்,
தெரியாமலும் உதவி வரும் அத்தனை
உயிர்களுக்கும், பேரண்டத்திற்கும்
சமர்ப்பிக்கிறேன்...

பொருளடக்கம்

பொருளடக்கம்

பொருளடக்கம்

பொருளடக்கம்

முன்னுரை

அவ்வப்போது கிறுக்கியவைகள், தொகுப்பாக மாற்றி என் சிந்தனையின் சிதறல்களில் உங்களையும் தொலைந்து போக வைக்கும் முயற்சியாக "மகரியின் கிறுக்கல்கள்" என உங்கள் கைகளில் கொடுக்கிறோம்..

நன்றி

எனை பெற்றவர்களுக்கும், உடன் பிறந்தவருக்கும், நண்-
பர்கள் மற்றும் எனது குருவாக இருக்கும் அனைவருக்கும்
எனது நன்றியை தெரிவித்துக் கொள்கிறேன்...

முகவுரை

இவள், "ஆலோன் மகரி" என்ற பெயரில் எழுத்தின் மூலம் உங்களுடன் உரையாடி வருகிறேன். நாவல், கதை, கவிதை என சில எழுத்துப் பணியை செய்து வருகிறேன். தமிழும், உணர்வும் கூடும் இடங்களில் தோன்றுபவை எல்லாம் என் கிறுக்கல்களாக ...

My blog - aalonmagari.com
எனை தொடர்பு கொள்ள -
aalonmagari@gmail.com

1. சாராம்சம்

வாழ்க்கையின் சாராம்சத்தை ருசிக்க ......
இரண்டு துருவத்திலும்
மிகவும் அத்தியாவசியம்....
காதல் மட்டுமே....

2. வஞ்சப்புகழ்ச்சி

வழக்கமாக அவள் அமரும் இடத்தில் நான் முந்திக்கொண்டு
அமர்ந்து விட்டேன்....

முறைத்தாள்.... – பின்

மெல்லிய கீற்றாக மென்னகை ஒளிர்ந்தது...

அவள் என்னை நகர கூறும் முன்....

பக்கவாட்டு இடத்தை காட்டிவிட்டு 'டீ'யில் மூழ்க தொடங்கிவிட்-
டேன்...

ஐநூறு ஊருக்கு அரசாங்கம் செய்யும் இடமோ அது? – எனக்
கேட்டு வக்கணைத்தாள்.....

எனது பதில் என்னவாக இருக்கும்??

வஞ்சப்புகழ்ச்சி என்றான பின் கஞ்சத்தனம் எதற்கு?

பிரபஞ்சமே என்னுடையது தான் என்றுவிட்டேன்....

சரி தானே நான் கூறியது...?!

இப்பிரபஞ்சம் என்னுடையது அல்லவா ?!

3. நடனம்

நடனம்....

எத்தனை அற்புதமான கலை....

மனதின் லயத்திற்கு ஜதி மாறாமல் ஆடிவிடும்....

கோபமோ....

அழுகையோ....

வேண்டலோ....

ஒதுக்கமோ...

இணக்கமோ....

ஆனந்தமோ....

எல்லாம் அதன் வெளிப்பாட்டில் கோபுர உயரம் தான்.....

மெல்ல மெல்ல அஸ்திவாரத்தை பலமாக்கி...

உயர்ந்தோங்கி நின்று தனது நடனத்தை அரங்கேற்றம்

செய்துவிடும்....

அப்படித்தான் ....

மாமாங்கமாக மறந்து போயிருந்த உற்சாகம்...

சட்டென மேலெழும்பி வந்துவிட்டது.... - என்

அஸ்திவாரத்தை கருவியாக இயக்கி ஆடவைத்தது..

சிறிது நேரம் தான்....

இன்னும் கூட கொஞ்சம் நீண்டிருக்கலாம்...

மறந்துவிட்ட உற்சாகத்தை....

தொலைத்துவிட்ட சுயத்தை.....

கட்டப்பட்டிருந்த மனதை....

எதுவோ.... என்னவோ....

மீண்டும் கிடைத்த உணர்வு.....
இன்றோர் நாள் மட்டுமா?
இனி எப்போதும் நீளுமா ???
அஃதறியேன்.....
சுழன்றாடிய நொடிகளில் .....
இழந்த அனைத்தும் மீட்டுவிட்ட சந்தோஷத்தை நுகர்ந்தது......
உண்மை தான்....
துளி போதும் தானே?
வெள்ளமாய் ஊற்றெடுக்க......!!!

4. பிரதிபலிப்பு

உன் எழுத்து என்பது.....
நள்ளிரவில் உலகம் உறங்கும் சமயத்தில்....
உன் எண்ணங்களின் பிரதிபலிப்பு....
உன் ஆசைகளின் பிரதிபலிப்பு....
உனது பிரதிபலிப்பு....
நீ தான்.....
நீ மட்டும் தான்.....

5. காரணம்

காரண காரியமின்றி எதுவுமில்லை ....
என் காரியங்களின் காரணம் நீயானால் ... - உன்
காரணத்தின் காரியங்களாய் நான் ஆவேனோ ??

6. எஸ்கேப்

அதிக தூரமில்லை ...
எல்லையில் நிற்கிறோம் ... - உன்
எல்லையில் நீ .... - என்
எல்லையில் நான் ....
மக்கா எஸ்கேப் ஆகிடு.. போலீஸ் வைட்டிங் அங்க..

7. எப்பொழுது

மனதில் பதிந்த பார்வை .....
செவிதனில் நுழைந்த வார்த்தைகள் ....
கண்களில் விழும் பிம்பமாய் நீ ....
இதயத்தில் நுழைந்தது எப்பொழுது ......?????

8. மீள்

நிறைய சொல்ல நினைத்தும்
வெளிவராத சொற்கள் .....
ஒன்றும் இல்லை பேச
தடையின்றி தாரை வார்க்கும் உதடுகள் ....
இரண்டும் உணர்ந்தேன்
உன் கருவிழியின் சிறையில் ....
ஆளுனர்-க்கு மனு அனுப்பினேன் ...
இச்சிறையில் இருந்து மீளாதிருக்க ....

9. நுகரலாமோ ???

உன் கண்களில் பூக்கள் மட்டும் தெரிய .. - அதில்
பயணிக்கும் எனக்கு அடியில் இருக்கும் முட்களே தெரிகிறது ..
முட்களை நினைத்து மலரின் மணத்தை நுகராமல் செல்ல ..
உன் முகம் வாடியாது ..
உன் மனம் முகர்ந்த நான் .. - மலரின்
நறுமணம் நுகரலாமோ ???

10. தாய் மடி

இயற்கையின் இதயமாய் ....
மரங்களின் குடும்பமாய் .....
பறவைகளின் வீடாய் ......
தென்றலின் துணையாய் .....
அருவிகளின் பிறப்பாய் ....
ஆற்றின் மொழிகளாக ...
அமைதியின் இருப்பிடமே
பேராபத்தின் உறைவிடமாக - எந்தன்
உள்ளம் தேடும் மகிழ்விடம் ...
உயிர்களின் தாய் மடியாம் ...!!!

11. தம்பூரா

தம்பூராவாக என் இரத்த நாளங்களே மாறி விடுகிறது.....
உன் கண்கள் காணும்போதெல்லாம் ....
தனியே ஓர் தம்பூரா உனக்கெதற்கு ?

12. நேசம்

நீயும் விடவில்லை ....
நானும் பற்றிக் கொள்ளவில்லை ....
நமக்குள் புகைந்தபடி இருக்கிறது ....
நமது நேசம் ...... !!!

13. வர்ணஜாலம்

அஸ்தமனமும் உதயமும் ஒரே சமயத்திலே நிகழும் ..... - அதை ரசிக்கத் தெரிந்தால் வாழும் நாட்கள் வர்ணஜாலமே ...

14. பாதம்

என் கைப்பிடித்து செல்லாமல் ..
உன் பாதம் பதித்துச் செல்வதேனோ?

15. ஆசை

உருண்ட நீரில் உச்சரிப்பு.....
யாரும் கேட்பார் ......
யாரோ கேட்பார்...... - ஆனால்
உன் விழி என்மீதிருக்க ஆசை தான்...
பேராசையாக இருந்தாலும்
ஆசை ஆசை தான் உன்மீது ♥♥♥♥♥ !!!

16. மழை

போதாது இந்த வருகை..
நித்தம் வரவேண்டும் ...
என்னைக் காண...
பூமியும் அழைக்கிறாள்....
மழை இளவரசியை...

17. வெற்றி

காகிதங்கள் நிறைந்தது....
உன்னை கவியாய் ஊற்ற
முயன்று முயன்று தோற்கிறேன் ....
ஒவ்வொரு தோல்வியிலும்
உன் நெஞ்சத்தை வென்றேன்...
மீண்டும் தோற்கவே ஆசை ...
உனக்காக தோற்று
உன்னை வென்றிட...

18. புதியதோர் பாரதம்

அறிவுரை கூறினால் ஏற்காத பருவம் ...
அனுபவத்தைத் தேடியோடும் கால்கள் ...
அளவிலா ஆர்வம் ...
முழு பிரபஞ்சத்தையும் அளவிட முற்படும் அறிவு ....
பழமையில் புதுமையை தேடிடும் தேடல் ...
பண்பில் நிகரில்லா பாரதத்தை – மீண்டும்
உயிர்த்திடுவோம் வா ...

19. திருப்தி

கனவிலும் கற்பனையிலும் ...
வாழும் வாழ்வை ...
நிஜத்தில் சுவாசிக்கவே விழைகிறேன் ...
ஆனதொரு வாழ்வமைந்தால் ...
ஆத்ம திருப்தியடைவேனோ..... ???!!!

20. மாறிவிட்டேன்

உனை பாடி காவியம் படைக்க எண்ணினேன் ...
கவிதையாய் உருக வைத்தாய்....
உன்னில் கரைந்து...
என்னை வடிவமைத்தேன் ....
இறுதியில் நீயாக மாறிவிட்டேன்....

21. நட்பு

பல் வகை மனிதர்களை அறியும் நான்...
உன் மனதினை அறியாது இருப்பேனோ?
உலகம் ஆயிரம் சொல்லினும்... - நீ
எனது தோழியே....
உன் அடையாளம் காட்டி.... - என்
தனித்துவத்தை ஒதுக்கி.... - நம்
நட்பை கிள்ளியெறியாதே......

22. கொடுங்கோல்

இன்சொல் நீ உரைத்திட்டால்
இவ்வுலகம் வண்ணமயமாகுதடி ....
கொடுஞ்சொல் நீ கூறிவிட்டால் - உன்
எண்ணங்களே என் உலகென ஆகுதடி ....
செங்கோல் ஆட்சி செய்த நீ ...
கொடுங்கோல் எடுத்தாயோ ....
என்னை மட்டும் உன்னோடு இருத்திக்கொள்ள ...??????

23. அன்பு கொண்டாயா ?

மாட்டிக்கொண்ட மனமும்....

மீளாதிருக்கும் நினைவும்....

வெட்டிப் பேச்சு பொழுதும்....

என்பதாய் சென்ற நாட்களில் தான்....

நீ எனக்காய் ஒன்றும் செய்யவில்லை...

இந்த விசறு பிடித்த மனது அனைத்துமே நீயென காட்டுகிறது....

தெளிய வைத்து பைத்தியமாக்கும் அன்பு...

ஒன்றுமே நீ எனக்காய் செய்யவில்லை தான்....

ஆனாலும் அன்பை வெறுப்பாக மாற்றவும் முடியவில்லை....

களங்கிய சகதி குளத்தில்....

மெல்ல மெல்ல சேறு நீரடியில் தங்குவது போல... - உனது

நினைவும் தெளிவாகிறது....

இப்போதும் சொல்கிறேன்.... - நீ

எனக்காய் ஒன்றுமே செய்யவில்லை ...

உன்மீதான அன்பு....

உனக்கு எட்டாத தூரத்தில் வைத்துவிட்டேன்...

ஒன்று மட்டும் சொல்....

என் மேல் நிஜமாய் அன்பு கொண்டாயா ??

24. என் கைப்பேசி

தினம் தினம் பயந்தது.....
உயிர் வர போகவென இருந்தது.....
எனை விட்டு போனாயே....
சென்ற உயிர் திரும்பவில்லை...
நிரந்தர உறக்கத்தில்.....
என் கைபேசி....

25. காத்திருக்கிறேன்

அனு நொடியும் பிரியாது வாழ்கிறேன் உன்னுடன்...... !
நித்தமும் நிமித்தமாய் மாற்றி உன்னுடன் உறவாட....!
நிஜத்தில் நிறைவாக....
நினைவில் வாழ்கிறேன்....
கனவானாலும் என் காதல் நிஜமே....!!
உருவம் காணாது.....
உன் மனமும் தெரியாது.....
பிரபஞ்சங்களின் என் தாண்டி....
நீள்கிறது உன் மீதான என் நேசம்....!!!
எக்கணம் உனைக் கண்டாலும்.....- உன்
நிழலாய் மாறி நிஜத்தில் வாழ......
நிதர்சனமாய் காத்திருக்கிறேன்.....!!!

26. அன்பின் ஆழம் என்னவோ?

உனைவிட்டு பிரிய பார்க்கிறேன்.....
உன் மீதான அன்பு ஆழப்பாய்வதால்.....
பிரிய எத்தணிக்கும் போது பிரியம் கூட.....
மீண்டும் தூரச்செல்ல பார்க்கிறேன்....
முடியாதென முதல் முறை - என்
முயற்சியை கைவிடுகிறேன்.....
அன்பு ஆழப்பாய்வதற்காக.....

27. அர்த்தம்

அன்பே ! ஆருயிரே ! என்றபோது சிரித்தாள் .... !!
அவள் சிரிப்பினில் மயங்கினோர் ஏராளம்....... - அதை
அறிந்தபோது நொந்து சிரித்தேன் !
அவள் சிரித்ததன் அர்த்தம் புரிந்தேன் இன்று !!!

28. நீ யார்?

கொடுப்பவன் கொடுக்கப் படவில்லை....
நேசிப்பவன் நேசிக்கப் படவில்லை....
உன்னை நீ யாரென நியமித்துக்கொள்...
யாசிப்பவனாய் மட்டும் இறாதே....
ஏமாற்றமே அணைக்கும் அடிக்கடி....

29. நினைவுகள்

மலரும் நினைவுகளால் மகிழ்ச்சி !
மகிழ்ச்சி அது உன் நினைவு மலர்ந்ததால் ...!
மலர்ந்த நினைவில் என்னை மறந்தேன் !
மறந்த என்னை தட்டினால்(ள்) மனைவி
மனைவியைப் பார்த்ததும் விழித்தேன் !
விழித்ததும் தெளிந்தேன் நினைவை !
நினைவில் இருந்தால் காதலி !
காதலில் இருக்கிறாள் மனைவி என்மேல் ..... !!!!!

30. மனம்

கருவிழியில் தோன்றியது காதல்.....!
இன்னதென்று அறியாமலே வளர்கிறது.....!
நட்பும் காதலும் ஓர் வழியில் செல்லும் இருதுருவங்கள்.....
இரண்டும் வேறல்ல — ஆனால்
இரண்டும் ஒன்றல்ல......
இதன் பிரிவினை தெரியாமல்...
திண்டாடுகிறது மனம்.....
மனம் கொடுத்தது மணம் செய்யத்தானா ?
நட்பை பெற்றது காதலில் ஜெயிக்கத்தானா ?
குழம்பி நிற்கிறது எண்ணற்ற மன(ண)ங்கள்..........

31. பெண்ணின் புனிதம்

பெண்ணின் புனிதம் அவளின் மனதில்....
உடலை வருத்துவதால் அவள் களங்கப்படவில்லை..... – அவளின்
உள்ளத்தால் கலங்காது இருக்கும்வரை.....
ஆண்ணென்ற ஆணவம் கொண்டு காணாது
உன்னவளின் கருவறையாய் வாழ்ந்து பார்...
கற்பானது கறை படாது இருக்கும்....
கற்பழிப்பும் கானல் நீராய் கரையும்....

32. தர்மா

கண்களில் காந்தமா என யோசிக்கும்பொழுது..

கருந்துளை வைத்து எனை மொத்தமாக இழுத்துவிட்டாய்....

முறுக்கிய மீசையிலும் ....

மடித்து கட்டிய வேஷ்டியிலும்....

தர்மா... இது தர்மமா?

பச்சை வயலில் உன் கரம் காண – நீ

என் மனதில் விதையாகி போனாய்....

ஆழமரமாக வளர்ந்து விட்டாய் ....

உன் நினைவின் பாரம் தாங்காது ....

உன் மார் சாய வந்தேன்....

நெற்கட்டென உன் தோளில் தூக்கி செல்லடா....

33. வெற்றியின் அணைப்பு

கரைகளில் நின்று இரசிக்க வரவில்லை உன்னை....
காணாத காட்சிகள் காண விழைகிறேன்
கணை கொண்டு துளைத்தாலும்....
அலைக்கொண்டு தடுத்தாலும்.... - என்
அடி வைக்கும் முத்திரைகளை மறைக்க
முடியாது.... மறுக்கவும் முடியாது...
உன்னோடான என் போராட்டம் ....
அஸ்தமனத்திலும் தொடரும்....
எப்போராட்டமானாலும் தாக்கவும்
வெற்றியோடு உன்னை அணைக்கவும்...... !!!

34. மௌனம்

மௌனம்.....

இன்று அதிகம் ஆட்கொள்ள எண்ணுகிறேன்..

மடைதிறந்த வெள்ளமாக இருந்த நான்...

அணை கட்டிய நீராய் தேங்கி நிற்பதேனோ?

பின் சென்று என்னை இழந்தேனா?

முன்னே பாய பதுங்கி வாழ்கிறேனா?

இந்நிலை புரிந்தும் புரியா சூழ்நிலையாக...

வலையில் சிக்கி சிக்காமல் நான்....

35. யார் மனிதன்?

யார் மனிதன் ?

ஊர் காப்பாற்றி வளர்ந்தவன் - தன்னை

குடும்பத்தில் புதைத்துக் கொண்டான்....

இயற்கையுடன் சந்தோஷித்து....

அழுக்கேறிய வேட்டியும்....

தோளில் கிடந்த துண்டுமாக....

வாழ்ந்திருந்தவரையும்....

உழைத்து களைத்து களத்துமேட்டில் - தன்

கட்டையை சாய்த்தாலும் சொர்க்கமென துயில் கொண்டான்....

பகிர்ந்துண்ட எச்சல் பண்டத்தில் பெற்ற ஆரோக்கியம்....

நண்பனின் இடைப்பிடித்துக் கற்ற நீச்சல்.....

தந்தையின் அதட்டலில் கொண்ட கோபம்....

தாயின் அணைப்பில் கண்ட தவிப்பு...

அக்காவின் மேல் அக்கறையில் எடுத்த குடும்ப பாரம்....

தங்கையின் கண்ணீரில் எழுந்த ரௌத்திரம்....

அண்ணனின் அரவணைப்பில் அணை கொண்ட நெஞ்சம்....

தம்பியின் தோள்களில் திணவெடுத்த வீரம்.....

அத்தைமகளின் வீம்பு...

மாமன்மகளின் வக்கனைப்பு....

சுற்றத்தாரின் எதிர் பார்ப்பில்லா அன்பு....

அனைத்தும்...

அனைத்தும்....

அவனருகில் இருந்தவரையில்....

மனிதனாக வாழ்ந்தான்...

ஊர் மறந்து....

சுற்றம் துறந்து....

தாய் தந்தையை கைவிட்டு....

உடன்பிறந்தோரை விரோதமாக்கி...

தான் என்ற சுயநலத்தில்.....

தன்னலம் மட்டுமில்லாது சமூக நலமும் நசியவிட்டான்....

இன்று நடக்கும் அவலங்களுக்கு மத்தியில்....

பிஞ்சுகளின் கதறல்களில்....

வயோதிகத்தின் புலம்பல்களில்...

உயிர்வதையன்றி உணர்வுகளும் வதைப்பவனாக....

மனிதம் அற்ற மனிதனாய் ....

வா(வீ)ழ்கிறான் மனிதன்.....

36. மாற்றம்

கடக்கின்ற நொடிகள்........
நீளமாவதை உணர்கிறேன்.... - இன்னும்
கடக்க வேண்டிய நீளம் எவ்வளவோ ?!
இதுவரை காணா புது உணர்வு கொள்கிறேன்....
கொள்ளும் உணர்வினை கொல்லவா?
காரணமில்லா கோபங்கள்.....
அன்புகாட்டும் இதயத்தை எனையறியாமல் தாக்குகிறேன்......
விடை தெரியாது குழம்பி நிற்கிறேன்....
வேண்டும் என யாசிக்கவில்லை....
வேண்டாமென தூற்றவும் இல்லை....
ஏனோ என் மனநிலையில் மாற்றம்...
மாற்றத்தின் காரணமாய் குழப்பமா?
மாற்றமே குழப்பமா ???!!!

37. மிச்சம்

கீற்றாக நினைத்த வெளிச்சம்....

ஓடத் தொடங்கும் முன் நின்ற ஓட்டம்....

அமர்ந்தே இருக்கிறேன்....

ஒற்றைக்கால் திடத்தில்....

மூன்று கால்கள் சமாளித்திருக்கும் இருக்கையின் மேல்...

கைப்பிடித்து அழைத்துச் சென்று சூன்யத்தில் தள்ளிவிட்டது....

சூன்யமென்றால் வெறிக்க வேண்டுமா?

மாட்டேன்....

அனைவரும் செய்வதைச் செய்யமாட்டேன்....

சூன்யத்தைச் சுற்றி வர ஆசைப்பட்டேன்...

சூன்யத்தில் தானே பிரபஞ்சம் உருவானது....

வெற்றிடத்தில் தானே அனைத்தும் மிதக்கிறது...?!

வெற்றிடம்.....

வெறுமையான இடம் அல்லவா?

இதை வெற்றியின் இடம் என்றும் கூட சொல்லலாம் தானே?

எந்த கோணத்தில் இவ்வார்த்தையைப் பயன்படுத்தியிருப்பர்?

இதன் அர்த்தம் என்னவாக இருக்கும்?

பார்வையில் மாறுபடும் கோணங்கள்....

கோணத்தில் மாறுபடும் அர்த்தங்கள்....

அர்த்தம்....

இது உண்மை தானா?

அர்த்தமே அர்த்தமின்றி போனதோ?

என் புரிதலில் பிழையாகி இருக்கலாம்....

பிழையினால் தானே பெரும் பிழை நிகழ்கிறது....

புரிதலில் பிழை....

பெரும் பிழை...

எவ்விடத்தையும் சரித்துக் கீழே தள்ளிவிடும்...

அது தான்...

என்னையும் தள்ளியது....

பெருமிதப்பில் வாழ்வதாய் நினைத்து ...

அடைப்படை புரிதலில் பிழை செய்தேன்....

நொடியில் சக்கரம் சுழன்று கீழே கிடக்கிறேன்...

ஒரு நிமிடம்....

சுழற்சி முழுமை பெறவில்லை அல்லவா?

கீழே தள்ளிய சக்கரம் எனை மேலே ஏற்றும் பணி மீதமுள்ளது....

என் மிச்சம் மீதி வாழ்வும் மேலே ஏற உள்ளது....

சுழற்சியின் முடிவில்....

மீண்டும் புரிதலோடு மேலேறுவேன்.....!

38. நிஜத்தில்...

கனவினில் காணும் உன்னை.........
நினைவினில் நிறுத்த முயல்கிறேன்........... – தினம்
தினம் முயற்சித்து தோற்கிறேன்....
நிச்சயம் கைகோர்ப்பேன் .....
ஓர் நாள் நிஜத்தில்.......

39. விழ வேண்டும்

தடுமாறி விழுந்தாலும் உன் இருதய கூட்டினுள் விழ வேண்டும்....
உன் மீதான என் நேசத்தை உன்னுள் அளந்து பார்த்திட......

40. விழித்திடு மனமே...

ஏதோவொன்று முடியும் போது மற்றொன்றின் தொடக்கம் இயல்பே....

இயல்பின் குணங்கள் அறிய விழைகிறேன்....

இத்தனை நாள் நம்பிய நிஜங்கள் பொய்யென உணரும் தரு-ணம்....

அவ்வியல்பு எத்தகையது?

ஏதோவொன்றை அறிய நேரும் தேடலில் முடிந்தவைகள் தொட-ரப்படுகிறது....

எதிர்காலத்தின் புதைகுழிகள் இறந்தகாலத்தில் அறியப்படலாம்...

நிகழ்வில் நடப்பவை அனைத்தும் முற்றிலும் வேறொன்றே....

நீ நினைப்பதும் அல்ல...

நான் நினைப்பதும் அல்ல....

ஓர் கனவின் முடிச்சுகள் அவிழும் தருணம்....

இறந்தகாலத்தின் துரோகமாக....

எதிர்காலத்தின் முக்கிய திருப்பமாகவும் இருக்கலாம்......

விழித்திடு மனமே....

இயல்பை உணர்ந்திடு....

41. சுவாசம்

மனதில் பல சஞ்சலங்கள் ..
உனக்காக பல முயற்சிகள் ..
நிறை தழும்பா மனிதனாய் நான் ..
அலையுறும் ஜன்மமானேன் ..
இன்றும் ..
உன் கைப்பற்றி உன்னை எனதாய் மாற்றும் காலத்திற்காக ..
இன்னும் அலையுறுவேன் ..
பெண்ணே ..
காலம் தாழ்த்தாது அரவணைத்து விடு ..
எனது கடைசி சுவாசம் உனதாய் இருக்க ... !

42. கருவறை

பார்க்காது போவாயோ ?
பார்வை பறிமாறாமல் ....
பரவாயில்லை ...... - நீ
பார்த்த சுவடுகள் என் இருதய கருவறையில் ...
பெண்ணாய் இருப்பதால் மட்டுமல்ல ...
உன்னை கருவறையாய் நினைப்பதால் ....

43. தூரம்

என்னவென்று அறியும் முன்னே ....
உன்னில் இருந்து என்னைப் பிரித்தாய்....
இன்றே உணர்ந்தேன் உந்தன் காதலை...
மீண்டும் இணையமுடியா தூரத்தில்....

44. நிலை கொள்ளா ஆன்மா

மனதில் ஆடும் சொற்கள்.....
ஊசலாடும் உணர்வுகள்.....
வருணனின் வருடல்கள்....
காலதேவனின் ஒளதடதங்கள்....
இவற்றுக்கிடையில்.......
நிலைகொள்ளா ஆன்மாவாக நான்....

45. காதல்

காற்றினில் மிதந்து வரும் காதல் நீ !
உன் காதலை ஏற்று வாழும் சுவாசம் நான்!
சுவாசம் முழுதும் உன் காதலே !
காதலின் வடிவில் இதயம் உருவானதே !
உருவான இதயமதில் நீ இருந்தாய்!
இருந்தபோது இல்லாத காதல் - நான்
இறந்தபோது பிறந்தது ஏனடி ?????!

46. மெய் மறந்தேன்

நிறைய சொல்ல ஆசை... - நிறையவே .....!!!!
கொஞ்சம் கெஞ்ச ஆசை.... - கொஞ்சமாகவே ...!!
உன்னை நிறையவே ரசிக்க ஆசை ...
ஆனாலும் ...
மெய்மறந்து எனையே மறந்தேன் உன் விழிகளில்.....

47. இருதலைக்கொள்ளி

சொல்ல ஏதும் இல்லை ..
ஏதோ மனதை கவர்கிறது ..
விரக்தியும், ஆர்வமும் ..
மாறி மாறி ஆள்கிறது என்னை ..!!
புரிந்து கொள்ள விரக்தி தடுக்கிறது ..
மறந்து விட ஆர்வம் மறுக்கிறது ..
இருதலைக்கொள்ளியாய் என் உணர்வுகள் ..
எதை நாடி போவேனோ இறுதியில் ..???

48. அழை

கனவில் வாழ்கிறேன் ..
நித்தம் உன்னை காண்கிறேன் ..
பதில் கூறா கேள்விகள் ..
ஓடும் யுகங்கள் ..
காண்பவை யாவிலும் விரக்தி ..
விரயமாகும் காலங்கள் ..
ஒளிக்காட்டி ஓடி மறையாது ..
வழிக்காட்டி அழைத்து செல் .. !!!

49. பொக்கிஷம்

வானவில் வளைவில்
குழுமிய நிறங்களாய்
ஜொலிக்கும் வைரங்களை கண்டெடுத்தேன்..
உரமேறிய வைரங்களுள் ....
உரமேறும் வைரமாய் மாறினேன்.... - என்
பொக்கிஷ பெண்களின் பொக்கிஷத்தில் ...

50. உன்னுடன்

இரவும் பகலும்.....
காடும் நாடும்....
ஒளியும் இருளும்....
காலையும் மாலையும்....
நிலவும் சூரியனும்....
பாட்டும் இசையும்...
அழகும் அறிவும் – என்னிடம்
இருப்பதை உன்னுடன் உணர்கிறேன்.....

51. கண்டுகொண்டான்

காற்றாட கைவீசி.... - உன்
கைகளுக்குள் சிறைப்பட்டு...
உன் தோள் சாய்ந்து....
காது மடல்கள் சூடேற்றி....
கன்னங்களில் உதடுகள் உரசி...
அலைகளில் கால் நனைத்து....
ஆடைகளில் நீர் அடித்து....
அங்கங்களை தெளிந்தும் தெளியாது காட்டி....
காதலில் காமம் தலைதூக்க.....
என்னிலோ நாணம் கூர்பார்க்க ....
உன் விழி போகும் வழி கண்டு...
என் இதயம் படபடக்க...
கலவையாய் பல உணர்வுகள்.... - ஆனால்
உன் பார்வை உணர்ச்சியை தூண்ட.....
நகர்ந்து நடந்தேன்... - என்
இடை பற்றி நெருங்கி வந்தாய்....
சுற்றிலும் பார்வை நான் பார்க்க...
நீ என்னையே ஆழமாய் பார்த்தாய்....
அடிவாரம் தொட்டு கண்டு விட்டாய்....
என்னில் நீ இருப்பதை....

52. நான் வாழ....

ஆழிலையின் ஆழம் தொட்டு வரும் அமைதி வேண்டும் ...
ஆனால் அதில் அடங்கும் அழுத்தம் தாளமுடிகையில் ...
சட்டென்று மேலெழுந்து பறக்கும் சிறகுடன் ஏறி ....
கழுகுக்கும் மேலே பறந்து காற்றின் அழுத்தம் தாங்கி பறக்க
நினைக்கிறேன் .....
ஹாஹா ....
சொற்களும் கோர்வையில்லை ...
மனமும் நிலையில் இல்லை ....
காலம் கடந்து சீக்கிரம் செல்ல வேண்டும் ....
எனக்கான நாட்களை நான் வாழ ....

53. மலர்

தேனூறும் மலராய் நான் இல்லை......
தேன் தேடும் வண்டாக நீ வரவில்லை.....
உன் கூடு தேடி வந்தாயா?
உன் கூ(வீ)டாய் எனை மாற்ற வந்தாயா?
கருவண்டாய் நீ திரிந்து.... - என்
கருவிழியில் நீ சிக்கி கொண்டாய்.....
முதல் அழைப்பு யார் விடுக்க ?
முதல் முத்தம் எப்போது சுவைக்க... ?
தேனோடு காத்திருக்கும் மலராக நான்..... ♥

54. இதயம்

உடைந்த இதயத்தை சேர்க்க ...
உன் இதயத்தை இடையில் வைத்து..
என் இதயத்தை தைக்கிறாய்....
ஊசியுடன் நூலாய் உன் உதிரம்...
என் உதிரத்துடன் ஊற்றாய் ஊற...
உன்னில் நான் என்னில் நீயாக...

55. கனவு

கண்ட கனவெல்லாம் கனவாகவே வளர்கிறது...
எந்நொடி அதை நிஜமாகச் செய்வாய்???
ஆயிரம் கனவல்ல நான் காண்பது....
கை எண்ணில் அடங்குபவை தான்...
ஆனால்,
காணும் கனவை கனவாக விடமாட்டேன்...
திமில் கொண்ட காளையாக ....
திமிரோடும், திறமையோடும் போராடுவேன்...
காணும் கனவில் சுயநலம் அதிகம் தான்....
என் சுயநலத்தால் பொதுநலம் பெருகுமென்றால்
இன்னும் அதிகம் சுயநலம் கொள்வேன்....
தோழனோ, தோழியோ யார் துணை கொடுத்தாலும்,
மறுத்தாலும்....
கண்ட கனவை நிஜமாக்காது பிரியாது என் ஆத்மா....

56. நங்கை

பாண்டியன் முத்தாய் உனது வரிகள்....
ஜடாவர்மன் உனை அறியாமல் இருந்தானோ?
முத்தை களவாடியது நீ ... - அதை அறியாது
சேரனுடன் போர் புரிந்தானோ...
வீரபாண்டியனாய் நீ வந்தால்.... - உனை
திருடும் நங்கையென நான் வரவோ??

57. போதும் ...

காதல் வேண்டாம் ..

கல்யாணம் வேண்டாம் ..

சடங்குகள் வேண்டாம் .. - அதில் வரும்

சந்தோஷம் வேண்டாம் ..

நான் வேண்டும் ..

என்னை நான் மீட்டெடுக்க வேண்டும் ..

யாரும் இல்லா வாழ்வில் .. - எனக்கு

நான் போதும் .. - எனையன்றி

என்னை அதிகமாக நேசிப்பவர் யார் ???

58. வலி

தடம் மாறிப் போக நினைத்தது இல்லை ......
வாழ்வின் அரவணைப்பில் .... - திடம்
குறையாது ஓடுகிறேன் ....
வலியனைத்தும் வலிமையாக ......
எதிர்கொள்ள காத்திருக்கிறேன் .....
எதிர்வரும் வலிகளுக்காக .....

59. காதல் கைக்கோர்க்க...

இராஜவீதி மாடத்திலே.....
மாளிகையின் ஓரத்திலே....
ஓடி வந்து நீ ஏற...
பதுங்கி வந்து நான் பார்க்க !
அரண்மனை ஓடத்திலே...
நீயும் நானும் கவிபாட !
காட்டாறும் வந்ததம்மா....
உனை அடித்து சென்றதம்மா...!!
உன்னைத் தேடி நான் வாட....
எந்தன் உள்ளம் நொந்ததடி.... !!!
என் உயிர் பிரியும் முன் - நீ
வந்து கைகொடுத்தால்.....
தர்மனின் கை உதறிவிட்டு - உந்தன்
கைப்பிடிக்க வருவேன்.....
மீண்டும் கவிபாட..... !!!!!!!!

60. சங்கமம்

கணநேர சங்கமத்தில் ஆயிரமாயிரம் பரிமாற்றங்கள்.......
கோடி வார்த்தைகள் கோர்த்தாலும்....
பரிமாற்றத்தை முழுதாய் கோர்க்க முடியாது வார்த்தைகளில்......

61. வெள்ளை ரோஜா

வெண்பட்டு சூடி தன்னுடல் மறைக்கும் பெண் போல .....
உன் முகம் மறைத்து ....
நாணச் சிவப்பை ஒளித்து ....
புறக்கண் பார்வைக்கு வெள்ளைச்சோலையாய் மாறினாலும் ...
என் அகக்கண் கொண்டு .... - உன்
பொய்யெனும் துகிலுரித்து உனது வர்ணஜாலங்களை கண்டுவிட்-
டேன் .... !!!!

62. வாய்ப்பு

எனை விட்டு பிரிய ஏன் இத்தனை ஆவல்?
இன்னும் சிறிது நாள்...
என் அன்பை பொழிய ....
வாய்ப்பு கொடு ... - மீண்டும்
ஒரு முறை...

63. பேரலை

பிரபஞ்சத்தின் இசையுடன்......
உன் இதய துடிப்பின் இசையும்...
அற்றை திங்கள் பேரொளியில்....
உன் முகம் கண்டு என் உள்ளம் குதிக்க...
துள்ளும் உள்ளத்தின் கடிவாளம் உனது விழிகளில்....
கட்டி இழுத்து .... எட்டி நிறுத்தி....
எனை அலையென அலைக்கழிக்கிறாய்....
மீண்டுமோர் பார்வை பார்த்தால்(ள்)....
பேரலையாக உனையும் அள்ளி அணைத்துச் செல்லேனோ....
♥♥♥?!!!

64. பிச்சை

காமத்தில் இழுத்தனைக்கும் பொழுதிலும்....
காதலை உணர்த்த...... - உன்னால்
மட்டுமே முடிகிறது.... - ஆதலால்
உனை பிரியா வரம் வேண்டி.....
இயற்கையிடம் பிச்சை கேட்கிறேன்... ♥♥♥

65. திமிர்

திமிராய் நிராகரத்தவளே... - உன்
திமிர் கண்டே அடிமையாகிப்போனேன்....
நம் ஒழுக்கத்தின் திமிரை ஒன்றாக்கி புது திமி(உயி)ர் உருவாக்-
குவோம் வா......

66. திடம்

பலதையும் கொட்ட நினைக்கிறேன்....
உள்ளத்தின் பாரம் தீர அல்ல....
வார்த்தையே வேண்டாம்....
சாய ஓர் தோள் போதும்...
ஏதோ நினைத்த மனதின் வெளிப்பாடாக
என்னுதட்டில் ஏளனச்சிரிப்பு......
கிறுக்கி.....
இதையும் தாங்குவாள் (மன) திடம் கொண்டு....

67. சமூகப் பிரச்சினை

எண்ணிலடங்கா பிரச்சினைகள் வரிசைக் கட்டி நின்றாலும்.....
ஒரு ரூபாயும் பெறாத பிரச்சினைக்குத்தான் ஊர் ஒன்று
கூடும்.......
காற்றை விலைப்பேசும் வல்லூறுக்கூட்டம்.......

68. செயற்கையின் கை...

பகுதிகள் பல பற்றி அறியும் ஆவல்....

அதில் வாழும் உயிர்களும் பலவகையே....

அவற்றின் உண்ணல், உறங்கல்,.....

மனிதரும் அதுபோல் தான்.....

பூமி உருண்டையில் தோற்றி நிற்கிறோம்...

இயற்கை அல்லா செயற்கையை நாடி செல்கையில்....

பூமியும் ஓர் வலியோ , கூச்சமோ உணர்ந்து...

உதறினால் காக்குமோ – நம்

செயற்கையின் கை.......

69. இயல்புகள்

காயமெல்லாம் காய்ந்து போகத்தான் முயல்கிறது...
காலமும் கடந்து போகத்தான் நினைக்கிறது....
எவ்வினையும் நல்வினையாகத்தான் தெரிகிறது....
எதிர்வரும் இன்னலுக்கு எவ்வினை ஆற்றுவது??
காத்திருந்த காலமும் தான் வந்து சேருமா?
காத்திருத்தலே இக்காற்றினிலில் கலந்திருத்கிறதா ?
மாற்றம் தேடும் பாதையில் இருந்தும்.....
மாற்றமில்லாத நிகழ்வுகளாகத் தான் நடக்கிறது....
எந்த மனிதரும் நிரந்தரமில்லை....
எந்த இலக்கும் மொத்த வாழ்வில்லை....
இலக்குகளை எட்டாமல் தோற்கலாம்....
வாழ்விலும் வாழாமல் தோற்கலாம்....
தோற்றல் பொதுவானது....
எழுவது தான் எனது இயல்பானது....
மீண்டும் விழுந்து கிடக்கிறேன்....
எனது இயல்புடனே வாழவும் முயற்சிக்கிறேன்....
போட்டியில் தோற்கலாம்....
இயல்புகள் தோற்பதில்லை.....

70. மீண்டும் ஓர் அத்தியாயம்

கனவினை துறத்திட துணிந்தேன்.... - அது
எனை விலகிட நினைத்தது....
காலங்கள் உருண்டோட ... - நானும்
அதனோடு நாட்களைக் கடந்தோட....
எண்ணிய காரியங்கள் ஈடேறவில்லை.... - நீ
நினைத்த யாவும் நடந்தேறியபின்....
மீண்டும்......
முதலில் இருந்து ஓடச் சொல்கிறாய்....
ஈசா....
உனை என்னுள் நிறைத்துள்ளேன்....
உனையே திட்டித் தீர்க்கிறேன்....
எனைத் தேடி வந்துவிடு.... - உன் உயிரை
உன்னோடு கொண்டு சென்றுவிடு......
இருவரும் தொடங்கலாம் மீண்டுமோர் அத்தியாத்தை....

71. காணவில்லை...

தொலைந்து கொண்டிருக்கின்றன நொடிகள் ...
தொலைகிறதென எப்படி உணர்ந்தாய் ?
எனக்காய் கழியவில்லை ....
அது தான் காரணமா ?
என் பிடித்தங்களிலும் கழியவில்லை ...
அவ்வளவு தானா ?
கழியும் நொடிகளில் என்னை காணவில்லை ...
உன்னையா ?
ஆம் ....
தொலையும் நொடிகளில் எள்ளளவும் என் மனம் லயிக்கவில்லை
....
பிறகு..... ? !
என்னையும் காணவில்லை ...
எனக்கான க(ன)ணங்களும் காணவில்லை ....

72. என்ன அது ?

என்னுடன் நான் உரையாடும் வேளையில் ..
கண்ணாடி பிம்பமாய் காண முயல்கிறேன் .. - ஏனோ
திரை ஒன்று தடுத்து நிற்கிறது ..
மனசாட்சி என்ற ஒன்று .. - நான்
அதுவாகவோ ? அது நானாகவோ ?!
எதுபோல் ஆனாலும் உண்மையை உரைத்திட வேண்டும் ..
ஆரம்பத்தில் ஆடிய கபடி இன்றில்லை ..
எனை நான் பார்க்க நினைக்கும் நொடி ..
எத்திரையும் என் மனத்திரையை மறைப்பதில்லை ..
வேறொரு திரை என்னை மறைப்பதை காண்கிறேன் ..
என்ன அது ???

73. தனிமை

மனிதனின் தனிமையை விட ..
மனதின் தனிமை ..
சில சமயங்களில் .. – மனிதனை
நிலை குலையச் செய்கிறது ..!!!

74. ஏதோவொரு வலியின் தாக்கம்..

காணாத கண்களும் தான்... - உன்
குரல் கேட்டு உயிர்க்கிறது....
வேண்டாத வார்த்தைகளை தான் - நீ
கொட்டிய பின்னும் எண்ணுகிறது....
உன்மீது கொண்ட காதல் மடியாது..
ஆனால்...
வீசிய வார்த்தையில் உதிர்ந்து போனது...
பரவாயில்லை....
நான் மடியமாட்டேன்...
மீண்டும்..... - உன்
குரலுக்கு திரும்பவும் மாட்டேன்...
சுகமாய் வாழ்ந்திரு... - என்
சுகத்தினை உறிஞ்சிடாத தூரத்தில்...

75. இறுதியில் உறுதியாக

காதல் பொய்த்து போனது .....
வாழ்க்கை பொய்த்து போனது ....
நம்பிக்கை பொய்த்து போனது ...
உறவுகள் பொய்த்து போனது ....
உறுதியாக நினைத்த சில நட்பும் ...
இறுதியாக பொய்த்து போனது ...
உள்ளிருந்து வெளிப்பட்ட சிரிப்பு ...
அதன் காரணம் அறியேன் ...
நிற்காமல் வரும் சிரிப்பை நிறுத்தவும் விழையேன் ....
மூடனாக இருந்திருந்தால் சிறுஅமைதி கிட்டியிருக்கும் ...
கண்மூடித்தனமான மூடனாய் கடந்துவிட்டேன் இத்தனை காலமும்
... - நான்
தனித்திருப்பது புதிதல்ல ....
குழுவாய் இருந்தபோதும் தனித்தே இருந்திருக்கிறேன் ....
மகாதேவா ....
நீயின்றி எவரும் எனக்கு உறவுமில்லை ... நட்புமில்லை ....
இன்னும் என்ன ஏமாற்றுப்பாடம் காத்திருக்கிறதோ ?
நின் பாதம் சரணடைந்தபின்னே ....
இத்தனை வேதனைகளும் எனை அதிகம் வாட்டுவதில்லை
ஏனோ ?
நிதர்சனம் உணர்ந்ததாலா ...... ?
என் நிலையை உணர்ந்ததாலா.....?
பைத்தியகாரன் என உனை அழைத்தவர் யாரடா ?

இப்புவியில் வாழும் பைத்தியங்கள் எங்களைவிட …….
சிரிப்பு ……
இன்னும் நிற்காமல் வருகிறது ….
ஒவ்வொன்றாய் …
ஒவ்வொன்றாய் ….
ஒவ்வொன்றாய் …. - நீ
என் கண்கட்டுக்களை அவிழ்க்கும்போது ….
இறுதியில் உறுதியாக இயற்கையன்றி ஏதுமில்லை
உண்மையென்று ….

76. யாவரும் கடக்கும் நொடிகள்...

உள்ளம் இறுக்கி...

கண்கள் சுருக்கி....

எண்ணங்கள் ஒதுக்கி....

சுவாசம் அடைபட....

தொண்டுகிழ வயது தேவையில்லை....

அன்பில்லா நாட்களை வாழ்தலே போதும்...

இப்புவியில்.....

அன்பை யாசிக்கும் யாவரும் கடக்கும் நொடிகள் இவை....

முன்னே சென்றவர் வலி புரிந்தேன்... - என்

பின்னே வருபவர் ரணம் உணர்கிறேன்....

77. வினை

வினையெல்லாம் வினைதானா?

நீங்காத கறையாக....

குறையாத மணமாக.....

விதைத்தவை அனைத்தும்....

நம் கண் முன்னே முளைத்திடுமா?

முளைத்ததெல்லாம் நீ வினையாற்றி வளர்த்தாயா?

எவ்வினையும் உன்வினைதான்...

ஆனால்...

நிகழ்பவையனைத்தும் உன் வினையால் மட்டுமே அல்ல.....

ஆற்றும் வினைதான்...

ஆற்றல் மிக்கதாக ஆற்றிவிடு....

எதிர்வினையோ...

உள் வினையோ.....

நேர்மறையோ...

எதிர்மறையோ....

ஆற்றும் வினையின் ஆரம்ப புள்ளியில்....

அதற்கான எதிர்வினையை ஏற்றுக்கொள்ள தயாராகிவிடு....

78. எதுவோ... நானோ....

வெட்டவெளியில் தான் திசை தெரியாது நிற்கிறேன் ....
இருட்டென்பது தனியே பிரித்து காண அவசியமில்லாத நாட்கள்
...
வடகயிறு கொண்டு மனதை எதுவோ இறுக்குகிறது ...
மூச்சு நிற்கும் நொடியில் சற்று ஆசுவாசமெடுக்க வைக்கிறது ...
அனுமதி கேளாமல் மீண்டும் மீண்டும் இதுவே நிகழ்வுகளாக
தொடர்கிறது ....
பெருங்குரலெடுத்து கத்த நினைக்கிறேன் ...
அடிகுரல் கூட வெளி வர மறுக்கிறது ...
இந்நிலை தொடர்வதன் காரணம் அறியேன் ....
எதுவோ ...
எதுவாகவோ ....
மனமோ ... நானோ ....
பரிணாமம் கொள்ள போகிறது ....

79. உணர்வேனா?

இத்தனை காலமாக மனதில் இருந்த குழப்பம்...

குழப்பமே எதுவென அறியாமல் தான் இருந்தது...

மொத்தமாக பனி மூடிய கானல் நீர் போலான பிம்பம்....

இருதுருவ உணர்வுகள்....

சட்டென உணர்வில்லா வெறுமைகள்....

இதுவா? அதுவா?

எதுவோ?

நானும் பெரிதாய் கவலைகொள்ளவில்லை...

காரணம்...

இழக்க என்னிடம் ஒன்றும் இல்லை....

ஒன்றுமே இல்லை.....

இன்று ஏதோ விலக்கி காட்டுகிறது....

என்ன குழப்பம் என புரிய தொடங்கியதோ?

விரைவில் புரிந்துணர்ந்து தான் விடுவேனா? என்ற கேள்வி

எழுந்துள்ளது...

உணர்வேனா???

80. என் வழி..

என் மனதோடு சில வரிகள் ..
மனதின் பல மொழிகளோடு ..
பல மௌனங்களின் பதில்கள் ..
மௌனமான கேள்விகள் ..
ஏதும் அறியா கன்னியாக நான் !
பலதும் கற்ற பேதையாக வாழ்கிறேன் ..
முகமறியா நட்பும் ..
முகமறிந்த மோதலும் ..
காதலில் தோல்வியும் ..
மர்மத்தின் மையத்தில் குடி கொண்டு விட்டேன் ..
விடையறியா கேள்விகள் ..
கேள்விகள் இல்லா விடைகள் ..
எனக்கும் உனக்கும் இடையே ..
தடுமாறும் மனிதர்கள் !!
சொல்வது தத்துவமல்ல ..
சொல்லாதிருந்தால் தவறும் அல்ல ..
ஆயினும்,
சிறு சிறு மௌனங்கள் ..
சில பல கேள்விகள் ..
ஞான மார்க்கத்தை தேடவில்லை ..
அங்குள்ள அன்பு மார்க்கத்தை உணர்கிறேன் ..
உணர்ந்த அன்பானது ..
பரமாத்மாவின் தாயன்பு ..

அதை என்றும் தக்கவைத்துக்கொள்ள .. - என்
தனி மார்க்கத்தை உருவாக்குகிறேன் ..
அவ்வழி நான் நடக்க ..
என் வழி யார் நடப்பார் ???!!!

81. இருதுருவம்

இருதுருவங்களின் தோள்களில் ....
கயிற்றைக் கட்டி....
நீட்டி இழுத்து முறுக்கியிருக்கும் இருமுனையில்....
ஆலமரத்தின் விழுது படர்ந்த....
அகன்ற தேக்கு மரக்கிளையில் ....
இருதுருவங்களையும் ஒன்றிணைத்து....
தனியே கிளையில் ஏற கனத்து நின்ற நொடி....
பாதம் தொட வந்த அலை நுரைகளில்....
தாயுமானவனின் முகம் கண்டு....
மகிழ்ச்சியை முகத்தில் செலுத்த மறந்து....
அவன் முகம் காண முயல்கையில்– என்
இடைத்தூக்கி அம்மரக்கொடியில் அமரவைத்தான்....
தோழனவன் மடி சாய்ந்து....
முன்னும் பின்னும் ஆடும் ஊஞ்சலில் கண்ணயர்ந்த நேரம்
தான்....
அவன் தூரிகையை கையில் பிடித்து....
எங்களில் அவனைப் பிரித்து...
"ஊஞ்சலாடும் காரிகை இவள்" என
தனியே சாயம் பூசித் தட்டி எழுப்பினான்....
அவன் முகம் கண்டு....
எனையும் கண்டு....
தூரிகையைக் கண்டேன்.... - உன்
தூரிகையின் உயிராகி இருந்தும்.....

தனியாகவே இரத்தமும் சதையுமாக நிற்கிறேன் ….
இறந்தும் ஜீவித்திருக்கிறேன்….
ஜீவனில்லாமல் காற்றை கடத்தியபடி……. – அவன்
தூரிகையில் 'எங்களை' காண….

82. விழித்திருத்தல்....

விழித்திருக்கும் பொழுதுகள் ....

கண் திறந்து....

நாசி திறந்து.....

வாய் திறந்து....

உடல் விழித்திருந்தால்....

அது விழிப்பாகுமா?

அகம் திறத்தலே விழித்திருத்தல் என்றனர்...

அகம் என்றால்....?

புத்தி...

மனம்...

இரண்டும் விழித்தநிலையில் இணைந்திருந்தால்....

ஆன்மா விழித்தெழும்....

ஆத்மாவின் விழித்திருத்தளுடன் கூடிய இணைதலில்....

பிரபஞ்சத்தின் பெருங்கதவு திறக்கிறது....

எத்தனை வியப்பான நிகழ்வுகள்....

விழித்திருத்தல் என்பது...

மெய்யான விழிப்பாக ....

மெய்யை உணர்ந்த விழிப்பாக இருத்தலே உயிர்களின்

உச்ச லட்சியம்.....

83. உன் மடியமர்ந்து....

நடந்தாலும் அமர்ந்தாலும்....

பசித்தாலும் புசித்தாலும்....

எதனோடும் நானல்ல.... - உன்

இடர்ப்பாடும் பெரிதல்ல....

கண்டும் காணாமல்....

பேசியும் பேசாமல்....

உண்மை ஒளித்து - நீ

வாய்மை உயர்த்த...

நின்றாலும் ஜதிமாறா...

ஸ்வரங்கள் பாடி ....

லயம் இயைந்து வாழ்கிறேன் - உன் மடியமர்ந்து....

84. ஆசுவாசம்

கடந்து செல்லும் நிமிடங்களில்...
ஏதேனும் சிறு ஆசுவாசம் கிடைத்தால் அனுபவித்துக்
கொள்....
நீ நினைக்கும் பொழுது அது ஆசுவாசமாக இருக்காது...
வேறேதோ ஒன்றின்....
உருமாற்றமோ, நிலைமாற்றமாகவோ மாறியிருக்கலாம்....
இறுதிவரை ஆசுவாசமென்பது என்னவென்றே அறியமுடியாமல்
போகலாம் ... - உன்னை
உணரத் தவறிய வாழ்வில்...

85. இரசனை

இரசனை தான் பல இராசயன மாற்றங்களை இயக்க வைக்கிறது
....
மனதிலும்...
உடலிலும் ...
இயற்கையிலும்....
இறுதியில் தமிழிலும்....
மூச்சுமுட்ட முட்ட காதலனவனின் இதழணைத்த கிறக்கத்தில்
நான்......

86. மௌன மொழி

அவளின் குரல் ஓசை எழுப்பவில்லை....

அவளின் மனம் பெரும் ஓசையுடன் ஒலிக்கிறது....

யாரும் இல்லா தனிமையில்....

நிச்சயம் வெறுமை இல்லை...

மனதில் பல நூறு அல்ல..

ஒரே எண்ணம் தான்...

வாழ்வின் பாதை எதை நோக்கி?

கூறும் அளவு சந்தோஷம் இல்லை....

சொல்ல முடியா அளவு வேதனை உள்ளது....

பேசும் அளவு வரிகள் இல்லை....

பேசாத பல கனவுகள் உண்டு...

மாறாத ஆசைகள் உண்டு....

மாறிய தடங்களும் உண்டு...

இயலாத செய்கைகள் இல்லை....

முயற்சியை தடுக்கும் பெருஞ்சுவர் உண்டு....

காணுதற்கரிய காட்சிகள் பல கண்டும்....

சராசரி நிகழ்வுகள் இயற்றப்படவில்லை....

வாய் மூடாமல் வாயடித்தவள்...

இன்று மௌனியாகிட ஆசைபடுகிறாள்....

"பேசினால் தீராதது ஏதும் இல்லை" - வழக்குமொழி....

"பேசினாலும் புரியாத ஜடங்களே சுற்றிலும் உண்டு" - இவள் மொழி...

பாஷை வேண்டாம்.....

ஓசை வேண்டாம்....
அமைதி போதும்....
கடலின் பேரிரைச்சலில் ஒளிந்துள்ள பேரமைதி போதும்....
மொத்த வாழ்க்கையிலும்....
மிச்ச நாட்களிலும்....
தூற்றும் எச்சமாய் இல்லாது....
எவரின் கால் படா கடல்நுரையாக வாழ்தலே பேரின்பம்....
ஆழ மூச்செடுத்து....
ஆழ் கடலில் மூழ்கி கரைகிறேன்....
வாயாடாமல் பேசப்போகிறேன்....
மௌனத்தின் வழி....
மகரியின் பேரிரைச்சலாக....

87. வாராயோ ?

சிதறிய சிற்பங்கள்....
தேர்ந்தெடுக்கும் சிற்பிகள்...
பவள சிரிப்பில்....
சிதறும் முத்துக்களாய்...
உன் மின்னல் சிரிப்பு....
சிதறிய நெஞ்சத்தை...
கோர்த்தெடுக்க வாராயோ.....

88. நிதர்சனம்

பற்பல கற்பனையில் ஒன்றாய் ..
இன்று அமைய ஆசை ..
நினைக்காதது நடப்பதே நிதர்சனம் என்று உணர்த்திவிட்டாய்
..!!!

89. நொடி

மனதில் ஆயிரம் சஞ்சலங்கள் இருந்தாலும் ..
உன் முகம் பார்த்த நொடி .. - என்னில்
உறுதி விஸ்வரூபம் எடுப்பதேனோ ???

90. திரும்பி விடாதே...

நீண்ட நெடிய காலம் தான் ...

உன்னை நினையாமல் கழித்தேன் ...

நீளும் நாட்களும் நினையாமலே கடந்துச் செல்ல விட்டுவிடு ...

எனை கை விட்டது போல ...

என் மனதை நொறுக்கியது போல ...

என் நினைவுகளையும் தொலைத்து போ ...

காற்றிலே மிதக்கும் நிகழ்வுகளை ...

மறந்தும் சுவாசித்திடாதே ...

பாவம் ..

நான் தான் ..

அது என்னைக் காட்டிவிட்டால் ... - மீண்டும்

நான் நொறுங்கிப் போகக் கூடும் ... !!!

91. அந்தர பயணம்

செயற்கையான இயற்கை வேண்டாம்....
நூதனமான தடங்கள் வேண்டாம்.....
அறை அடைக்கும் காகிதங்கள் வேண்டாம்...
பழைய நான் வேண்டவே வேண்டாம்.....
புதிய நான் முற்றிலும் வேண்டாம்....
நிஜமான "நான்" யார்?
நிஜத்தை உணரும் நுட்பமின்றிய வாழ்விது....
இறுதியில் அந்தகாரம் நோக்கிய அந்தர பயணத்தில்.....
ஆங்கோர் ஒளிக்கீற்று ஒளிர்வதால்....!!!

92. கன்னக்குழி

காரணமேதும் தேவையில்லை.....

உன்னை....

உன் அன்பை .....

ஒரு நாள் ....

ஒரே நாள்.....

கண்படும் தூரத்தில்...

உன் குரலிசை கேட்கும் தொலைவில்.....

தொலையாமல் தொலையவே ஆசை.....

பூமியில் இருக்கும் ஆழ்துளை அத்தனை ஆபத்தானதா ?

இல்லை....

உன் கன்னத்தில் விழும் ஆழ்துளையயில் .... - என்

மொத்தமும் விழுந்து மேலெழ முடியாது இன்பமாய் இம்சைபடுகி-

றேன்...

உன் ஓர் இதழ் சுழிப்பில்....

www.ingramcontent.com/pod-product-compliance
Lightning Source LLC
Chambersburg PA
CBHW021231130726

47988CB00002B/919